KATI YA MARAFIKI, VOL. II

Wanawake wa Kusudi, Nguvu na Imani

ENTRE AMIGAS
BOOK II

EDNA L ISAAC

Entre Amigas, Juzuu ya II, Wanawake wa Kusudi, Nguvu na Imani

Msururu wa Entre Amigas, Juzuu ya II

Hakimiliki © 2026 na Edna L. Isaac

Imetolewa kwa wanawake wa Kenya

ISBN: 978-1-938432-76-7 (Toleo la jalada laini – paperback)

ISBN: 978-1-938432-87-3 (Ebook)

Kanusho

JDN Publications/EDUCATE Publishing ni jukwaa la uchapishaji binafsi linalowawezesha waandishi kuchapisha kazi zao bila kupitia mchakato wa ukaguzi wa kitaaluma.

Waandishi wanawajibika kikamilifu kwa maudhui ya kazi zao.

JDN/EDUCATE hailazimiki kushiriki au kuunga mkono maoni yaliyomo katika kitabu hiki.

Hatuwajibikii makosa, mapungufu, au madhara yatokanayo na matumizi ya kitabu hiki.

Wasomaji wanapaswa kufahamu kwamba maudhui ya kitabu hiki ni jukumu la mwandishi pekee.

Kitabu hiki kimeandaliwa kwa msaada wa teknolojia ya akili bandia (AI).

Kimechapishwa Marekani.

CONTENTS

BARUA YA KARIBU KWA WANAWAKE WA KENYA

DADA YANGU MKENYA MPENDWA,

Ni heshima kubwa kufika moyoni mwako kupitia kurasa hizi. Ingawa nilizaliwa Puerto Rico, mbali sana na nchi yako, Mungu alianza kuunganisha maisha yangu na yenu muda mrefu kabla sijalijua. Yote yalianza mahali nisipotarajia: Korea Kusini. Huko ndipo nilipokutana na Mchungaji Joyce, mwanamke Mkenya aliyejaa neema na moto wa kiroho. Bila kunijua kwa undani, alinialika Kenya. Sikujua kuwa mwaliko huo ulikuwa sehemu ya mpango wa Mungu ambao ungebadilisha maisha yangu na ya familia yangu.

Nilitii mwito huo, na nilipofika Kenya — Kilgoris, makanisa yake, na njia zake zilizojaa uhai — nilihisi roho yangu ikiingia katika ardhi takatifu. Tulitembelea pia kabila la Wamaasai, na mapokezi waliyotupa yaliandikwa moyoni mwangu. Nyimbo zao, ngoma zao, furaha yao, na jinsi wanavyomheshimu mgeni… yote hayo yalinikumbatia kwa namna ambayo sikuwahi kuhisi hapo awali. Ilikuwa kana kwamba Mungu alikuwa akiniambia: *"Tazama watu hawa. Jifunze nguvu yao. Penda moyo wao."*

Sikujua kwamba wakati Mungu alikuwa ananileta Kenya, pia alikuwa akiandika hadithi nyingine: ile ya binti yangu na kijana Mkenya ambao Mungu aliwaunganisha hapa Marekani, ambako walikutana na kuanza kutembea pamoja. Uhusiano wao ulipokua na kufikia hatua ya uchumba, nilipokea mapokezi ya pili—safari hii kutoka kwa jamii ya Wakenya huko Worcester, MA. Hapo ndipo niligundua kitu ambacho tayari nilikihisi Kenya: ninyi mnaishi kama familia moja kubwa—yenye umoja, ukarimu na imani.

Sherehe ya kitamaduni tuliyoshiriki ilikuwa zawadi. Familia yake ilikuja kutuheshimu kwa vyakula, nyimbo, ngoma na maneno ya heshima. Wazee wa kabila walitubariki. Wanawake walimzunguka binti yangu kwa shanga, vitambaa na alama zenye maana kubwa. Nilisimama nikiangalia kwa machozi, nikitambua kuwa Mungu ameniruhusu kuona uzuri wa utamaduni wenu kutoka ndani — si kama mgeni, bali kama familia.

Ndiyo maana kitabu hiki kimezaliwa kutoka mahali pa shukrani ya kina. Kwa sababu nimeona nguvu zenu, imani yenu, uvumilivu wenu. Kwa sababu nimehisi upendo wenu wa kijamii. Kwa sababu nimeona jinsi mnavyobeba familia, makanisa na vizazi vyote. Kwa sababu najua mara nyingi mnabeba zaidi ya mnayosema, na bado mnaendelea kutembea kwa heshima na neema.

Kitabu hiki ni mazungumzo kati ya rafiki na rafiki. Ni mahali salama pa kupumzika, kupona, kucheka, kulia, kukumbuka wewe ni nani, na kusikia sauti ya Mungu katikati ya kelele za maisha. Siji kama mwalimu; ninakuja kutembea pamoja nawe. Ninakuja kuheshimu historia yako, kusudi lako na imani yako.

Asante kwa kunifungulia mlango wa utamaduni wenu, nyumba zenu, ngoma zenu, maombi yenu na mioyo yenu. Naomba kila sura iwe kama kumbatio, neno la faraja na cheche ya tumaini katika maisha yako.

Kwa upendo na heshima,

Rafiki Dada Yako katika Kristo,

Edna

DIBAJI NA REV. JOYCE LESHAN

**Jinsi Nilivyokutana na Edna L. Isaac
Na Athari Aliyoacha Hapa Kenya**

Nilikutana na Edna kwa mara ya kwanza nchini Korea Kusini mwaka 2022 nilipokuwa nikihudhuria mkutano. Kulikuwa na watu wengi sana waliowakilisha **makumi ya mataifa kutoka sehemu mbalimbali za dunia**—wanaume na wanawake wa Mungu.

Lakini Mungu aliniruhusu nikutane na huyu mtumishi wake.

Nakwambia, ilikuwa ni muunganiko wa kimungu, kwa sababu mwezi Agosti 2023, Mchungaji Edna L. Isaac, pamoja na mume wake, watoto wake na mwakilishi wa kanisa, walikuja Kenya na wakahudumu katika mkutano wa wanawake hapa Kilgoris, Transmara, miongoni mwa kabila dogo linaloitwa Wamaasai, ambao ni watu wa asili.

Waligeuka kuwa baraka kubwa kwa wanawake. Walileta zawadi nyingi—shanga za thamani kwa wanawake, nguo kwa watu wenye uhitaji, na vitabu vingi.

Zaidi ya hayo, walitembelea shule kadhaa na **kusambaza zaidi ya ajenda elfu mbili (2,000) za watoto "Challenging My Ego"**, pamoja na **mabegi ya shule, kalamu, vitabu, vifutio na vifaa vya jiometri**.

Mamia ya wavulana na wasichana walibarikiwa na vifaa hivi vya shule.

Waliwabariki pia watumishi wa Mungu, na zaidi sana kundi la **Wajane**. Waliwapatia aina mbalimbali za vyakula.

Hadi leo, wajane bado wanawabariki kwa yale waliyowafanyia.

Kwa kweli dada yangu Edna, wanawake hawajakusahau, kwa sababu wengine hawakuwa na chakula cha kuwapa watoto wao, lakini uliwapatia. Sijawahi kukutana na watu wenye moyo mwema kama wenu. Asante kwa tabasamu mlilowaletea watu wa jamii yangu—halitafutika duniani wala mbinguni. Watu bado wanashukuru.

Ni kweli kwamba imenichukua siku nyingi kuandika ushuhuda huu. Kila ninapoanza kuandika, machozi hunitoka, ndiyo maana imechukua muda mrefu.

Mchungaji Edna na familia yako, tambueni kwamba kutoka kwenye kina cha moyo wangu tunawapenda sana, na tunawahesabu kama sehemu ya familia yetu.

Watu walikuwa na njaa—mliwapa chakula. Hawakuwa na nguo—mliwavika. Walikuwa wamekata tamaa—ulinipa shanga ya thamani kubwa. Watoto hawakuwa na mabegi ya shule, kalamu, vitabu wala ajenda—mlivipatia.

Asanteni sana. Mungu awape zaidi na msipungukiwe kamwe kwa jina la Yesu.

Niruhusu nitoe wito kwa yeyote atakayesoma maneno haya: **awaunge mkono kikamilifu Mchungaji Edna na timu yake watakaporudi mwezi wa Agosti**, kwa njia yoyote ile, ili waendelee kuleta tabasamu katika nyuso za watu wengine.

Asanteni, na Mungu awabariki mnapoendelea kushirikiana na hawa watumishi wa Mungu wa ajabu.

Kutoka kwa Rev. Joyce Leshan

SURA YA 1

UNAONWA NA MUNGU

Mwanamke: Ubunifu wa Mungu

Kuna nyakati ambapo mwanamke huhisi kama anatembea peke yake. Anabeba mizigo ambayo hakuna anayejua, anasimamia nyumba, anawatunza wengine, anaomba kimya kimya, na bado anauliza moyoni:

"Je, kuna mtu anaona ninayopitia?"

Lakini tangu mwanzo, Mungu hakukuumba tu—**alikubuni**.

Na kile ambacho Mungu anakibuni, **anakiona, anakilinda na anakishika**. Unaonwa na Mungu. Unajulikana na Mungu.

Unapendwa na Mungu.
Wewe si ajali. Wewe si kivuli.

Wewe si mwanamke mwingine tu kati ya mamilioni.
Wewe ni **ubunifu Wake, kazi Yake, binti Yake.**

Hadithi ya Biblia: Hagar, mwanamke aliyempa Mungu jina

Hagar alikuwa mwanamke mgeni, mtumishi Mmisri, asiye na nguvu, asiye na sauti, asiye na ulinzi. Alikuwa mjamzito, peke yake, na akakimbilia jangwani.

Hakuna aliyemwona.
Hakuna aliyemtetea.
Hakuna aliyesikia kilio chake.
Lakini Mungu alimwona.

Biblia inasema kwamba **malaika wa Bwana alimkuta karibu na chemchemi jangwani.**

Si Hagar aliyemtafuta Mungu—**ni Mungu aliyemtafuta yeye.**

Mungu alimwita kwa jina lake. Mungu alimsikia. Mungu alimwona.

Na Hagar alipoona uwepo wa Mungu anayemjua, alisema maneno haya ambayo yamevuka vizazi:

"Wewe u Mungu anionaye." (Mwanzo 16:13)

Akalipa lile kisima jina: **Beer-lahai-roi,**
maana yake: **"Kisima cha Yeye Aliye Hai anionaye."**

Baadaye, Hagar na mwanawe Ismail walipokuwa hatarini kufa jangwani, Biblia inasema:

- Mungu **alisikia kilio cha mtoto.**
- Mungu **aliona machozi ya Hagar.**
- Mungu **alijibu maombi yake ya kimya.**
- Mungu **alifungua macho yake akaona kisima cha maji.**

Hagar hakuwa asiyeonekana.
Mwanawe hakuwa asiyeonekana.
Maumivu yake hayakuwa yasiyoonekana.
Mustakabali wake haukuwa usioonekana.
Mungu alimwona... na Mungu anakwona wewe pia.

Hadithi ya Utamaduni: Mwanamke wa kisima nchini Kenya

Katika kijiji kimoja nchini Kenya, aliishi mwanamke ambaye kila asubuhi kabla ya alfajiri alitembea kwenda kisimani. Alibeba mtungi mkubwa kichwani na mwingine mkononi. Alipokuwa akitembea, aliomba kwa sauti ya chini:

> "Bwana, je, unaniona? Unaona uchovu
> wangu? Unaona machozi yangu?"

Siku moja, mwanamke mzee alimkaribia na kumwambia:

> "Binti, Mungu anakwona. Anaona kila hatua
> unayopiga kuelekea kisimani. Anaona
> kila mzigo unaobeba. Anaona moyo
> wako."

Mwanamke yule akalia—si kwa sababu mzee alimjua, bali kwa sababu **Mungu alikuwa amemwona**.

Siku hiyo alielewa kwamba maisha yake hayakupita bila kuonekana mbinguni.

Muunganiko na Utambulisho Wako: Mwanamke: Ubunifu wa Mungu.

Mungu anakwona kwa sababu alikubuni.

- Alikubuni ukiwa mwenye nguvu.
- Alikubuni ukiwa mwenye hisia nyororo.
- Alikubuni upende.
- Alikubuni ubebe na usimamie.
- Alikubuni uathiri wengine.
- Alikubuni uakisi utukufu Wake.

Mungu anapokutazama, haoni tu majukumu yako. Anaona kiini chako, kusudi lako, kesho yako, na ubunifu Wake ndani yako.

Maswali ya Kujadili *Entre Amigas*

- Ni wakati gani katika maisha yako umejisikia kama Hagar: peke yako, mchovu au usiyeonekana?
- Ni sehemu gani ya hadithi ya Hagar inayogusa moyo wako leo?
- Inamaanisha nini kwako kwamba Mungu anakwona kama ubunifu Wake?
- Ni "kisima" gani katika maisha yako kinahitaji Mungu akufungue macho ukione?

Tuombe pamoja

Bwana, asante kwa sababu Wewe ndiye Mungu anionaye. Asante kwa sababu machozi yangu hayapotei, maombi yangu hayasahauliki, na mizigo yangu haipiti bila kuonekana na Wewe. Kama ulivyomwona Hagar jangwani, **nione mimi leo**. Nikumbushe kwamba niliumbwa na Wewe, kwa kusudi, kwa upendo na kwa nia ya milele.

Amina.

Hatua ya Wiki

Kwa siku saba, andika sentensi moja inayoanza na:

"Mungu ananiona wakati…"

Mwisho wa wiki, zisome zote na umruhusu Mungu akuonyeshe uaminifu Wake.

SURA YA 2

THAMANI YAKO
HAITEGEMEI MIZIGO YAKO

Katika tamaduni nyingi — ikiwemo ya Kenya — mwanamke huonekana kama anayebeba nyumba, familia, kanisa, na mara nyingi jamii nzima. Anapika, anafanya kazi, anaomba, analea, anaongoza, anashauri, anahudumu, na bado anahisi kwamba anatakiwa kufanya zaidi. Na mizigo inapokuwa mizito, wanawake wengine huanza kuamini kwamba thamani yao iko katika wanachofanya, wanachobeba, au wanachoweza kutatua.

Lakini Mungu hakupimi kwa mizigo yako.
Mungu hakufafanui kwa majukumu yako.
Mungu hakuthamini kwa matokeo yako.

Thamani yako inatoka kwa Aliyekubuni, si kwa unayofanya.

Mungu alipokuumba, hakukuita "mwenye kazi," "mwenye nguvu," au "mwenye uwezo," ingawa yote hayo ni kweli. Mungu alikuita **binti**.

Na binti ana thamani hata akiwa mchovu, aliyevunjika, aliyechanganyikiwa au aliyeishiwa nguvu.

Kuna wanawake wanaobeba mizigo mizito kiasi kwamba wanaamini kuwa wakishindwa siku moja, thamani yao itaanguka. Lakini leo Mungu anakukumbusha:

"Thamani yako haitegemei mizigo yako.
Thamani yako inategemea upendo Wangu."

Hadithi ya Biblia: Martha, Maria na moyo ambao Mungu huutazama

Katika Agano Jipya, Yesu alitembelea nyumba ya dada wawili: Martha na Maria. Martha alikuwa busy, akihudumia, akipanga, akipika, akibeba jukumu la kumpokea Mwalimu. Maria, kwa upande mwingine, alikaa miguuni pa Yesu kumsikiliza.

Martha alihisi peke yake, amechoka, amebanwa. Akamwambia Yesu:

> *"Bwana, je, hujali kwamba dada yangu ameniacha nihudumu peke yangu?"*

Yesu akamtazama kwa upole na kumwambia:

> *"Martha, Martha, unajisumbua na mambo mengi, lakini jambo moja tu ndilo la lazima."*

Yesu hakukemea huduma yake.

Alikemea wazo kwamba **thamani yake ilitegemea mzigo wake**.

Yesu alimkumbusha kwamba utambulisho wake haukutokana na alichofanya, bali **alivyokuwa kwake**.

Kama Yesu alivyomwona Martha, **anakwona wewe pia**.

Anaujua moyo wako zaidi ya majukumu yako.

Hadithi ya Utamaduni: Mwanamke wa soko

Katika soko la Nairobi, aliishi mwanamke aitwaye Wanjiku. Alifanya kazi kabla ya alfajiri: aliuza mboga, aliwatunza watoto wake, alimsaidia mama yake mgonjwa, na alihudumu kanisani. Watu wote walimshangaa kwa nguvu zake, lakini hakuna aliyefahamu kwamba ndani yake alikuwa amechoka sana.

Siku moja, alipokuwa akipanga nyanya, rafiki yake alimkaribia na kumwambia:

> "Wanjiku, unafanya mengi… lakini thamani
> yako ni zaidi ya unayofanya."

Alisimama kimya. Hakuna aliyewahi kumwambia hivyo.

Jioni hiyo, alipokuwa akitembea nyumbani, alihisi Mungu akimnong'oneza:

> "Thamani yako haiko mikononi mwako, iko
> Moyoni Mwangu."

Na kwa mara ya kwanza baada ya muda mrefu, alipumua kwa kina na akahisi amani.

MUUNGANIKO NA UTAMBULISHO WAKO: WOMAN, A DESIGN of God

Mungu alikubuni kwa kusudi, lakini kusudi lako si kubeba dunia.

Kusudi lako ni kuakisi upendo Wake, hekima Yake na uwepo Wake.

Thamani yako haitegemei:

- kazi ngapi unamaliza
- watu wangapi unasaidia
- dhabihu ngapi unatoa
- mizigo mingapi unayobeba

Thamani yako inategemea:

- Aliyekuumba,
- Aliyekuita,
- Aliyekushika,
- Aliyekupenda.

Wewe ni ubunifu wa Mungu, si mashine ya kutatua matatizo.

MASWALI YA KUJADILI *ENTRE AMIGAS*

- Ni mizigo gani umebeba iliyokufanya uhisi kwamba thamani yako inategemea hiyo mizigo?
- Ni sehemu gani ya hadithi ya Martha inayokugusa leo?
- Ni nini kigumu kwako kuachilia au kugawa?
- Unadhani Mungu anataka kukukumbusha nini kuhusu thamani yako?

Tuombe pamoja

Bwana, asante kwa sababu thamani yangu haitegemei mizigo yangu.

Asante kwa sababu unanipenda hata ninapokuwa mchovu, niliyechanganyikiwa au niliye na mipaka.

Nisaidie kukumbuka kwamba niliumbwa na Wewe, si kwa ajili ya kuishi nikiwa nimechoka, bali kuishi katika neema Yako.

Nifundishe kupumzika Kwako na kuona thamani yangu kupitia macho Yako.

Amina.

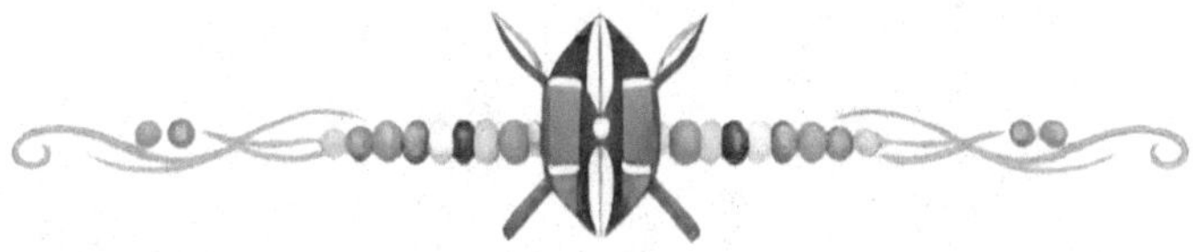

Hatua ya Wiki

Andika orodha ya mizigo mitatu ambayo umebeba peke yako kwa muda mrefu.

Ombea kila moja na uandike pembeni:

"Thamani yangu haitategemea hili."

Kisha muombe Mungu akupe hekima ya kuachilia, kugawa au kupumzika katika nguvu Zake.

SURA YA 3

MWANAMKE AMBAYE MUNGU ALIMWOTA

Kabla dunia haijakuwepo, kabla ya milima, bahari au nyota, Mungu **alikuwaza** tayari. Hukuzaliwa kwa bahati. Hukufika duniani kama ajali. **Uliwotwa na Mungu.** Mungu alipomwota mwanamke, hakuota udhaifu. Aliota **uzuri, nguvu, hekima na kusudi.** Aliota **mwenza, mama, kiongozi, mwabudu, shujaa wa kiroho**.

Mwanamke hakuumbwa kama wazo la pili. Aliumbwa kwa **makusudi**, kwa **umakini**, kwa **upole**. Mungu alitumia muda kukubuni. Alipuliza pumzi ndani yako kwa kusudi la milele.

Wewe ndiye mwanamke ambaye Mungu alimwota:

- alipokuumba
- alipokuita
- alipokufanya tumboni

""

- alipokuweka katika familia yako
- alipokupanda katika jamii yako
- alipokupa vipawa vya kipekee
- alipokutazama na kusema: **"Hiki ni chema"**

Kuna wanawake wanaohisi hawatoshi, hawalingani, au hawatimizi matarajio. Lakini Mungu hakukubuni ili uingie katika mifumo ya kibinadamu. Alikubuni **uonyeshe utukufu Wake kwa njia ambayo hakuna mwingine anayeweza**.

Hadithi ya Biblia: Uumbaji wa Mwanamke

Katika kitabu cha Mwanzo, Mungu aliumba vitu vyote kwa neno:

"Iwe nuru," "Iwe anga," "Nchi izae."

Lakini ilipofika wakati wa kumuumba mwanamke, Mungu **hakusema... aliumba kwa mikono Yake**.

Aliweka mikono Yake juu ya uumbaji.

Alichukua ubavu — ishara ya ukaribu na ulinzi.

Akamfanya mwanamke kwa umakini, kwa makusudi, kwa upendo.

Na alipomleta mbele ya Adamu, Biblia inasema Adamu alipaza sauti:

"Huyu sasa ni mfupa wa mifupa yangu na nyama ya nyama yangu!"

Mwanamke aliundwa kama jibu la Mungu kwa hitaji la mwanadamu.

Aliumbwa kama msaidizi anayefaa — si mtumwa, si kivuli, si mzigo — bali mshirika kamili, nguvu inayosawazisha, hekima inayojenga.

Mungu alimwota mwanamke kama mbebaji wa uzima, imani, tumaini na kusudi.

Hadithi ya Utamaduni: Mwanamke Anayelinda Kijiji

Katika kijiji kimoja nchini Kenya, aliishi mwanamke aitwaye **Nafula**. Hakuwa maarufu, hakuwa na vyeo, hakuhubiri hadharani. Lakini kila mtu alijua kwamba bila yeye, kijiji kisingekuwa kile kilivyo.

Alitunza watoto wakati mama zao walikwenda sokoni.

Aliwaombea wagonjwa.

Aliwapikia wazee.

Alitatua migogoro kwa busara.

Aliimba kanisani kwa sauti tulivu iliyoletea watu amani.

Aliwashauri wasichana kwa hekima.

Aliisimamia familia yake kwa upendo.

Siku moja, mgeni alimwambia:

> ***"Nafula, unafanya mengi kwa ajili ya kila mtu."***

Akatabasamu na kusema:

> ***"Sifanyi mengi. Nafanya tu kile Mungu aliniwota kufanya."***

Nafula hakuwa na madhabahu, lakini alikuwa na kusudi. Hakuwa na cheo, lakini alikuwa na ushawishi. Hakuwa na mali, lakini alikuwa na athari. Yeye alikuwa mwanamke ambaye Mungu alimwota… na hakujua.

Muunganiko na Utambulisho Wako: Woman, a Design of God

Mungu alipokuwaza, **alikuwaza ukiwa kamili.** Alikuwaza ukiwa na vipawa, talanta, hisia nyororo na nguvu.

Wewe ni mwanamke ambaye Mungu alimwota unapofanya:

- unapopenda familia yako,
- unapolinda nyumba yako,
- unapowaombea watoto wako,
- unaposaidia jamii yako,
- unapofanya kazi kwa ubora,
- unapohudumu kanisani,
- unapoinua wanawake wengine,
- unapoinuka baada ya kuanguka.

Wewe ni ubunifu wa Mungu, si nakala ya kibinadamu.
Wewe ni ya kipekee, ya asili, ya makusudi.
Wewe ni maono ya Mungu kwa kizazi hiki.

Maswali ya Kujadili *Entre Amigas*

- Ni sehemu gani ya maisha yako inayokukumbusha kwamba Mungu alikubuni kwa kusudi?
- Ni vipawa au sifa gani zako unaamini vinaonyesha ndoto ya Mungu?
- Ni uongo gani kuhusu utambulisho wako unahitaji kuuacha?
- Ungependa Mungu akuonyeshe nini kuhusu ubunifu Wake juu yako?

Tuombe pamoja

Bwana, asante kwa sababu mimi ni mwanamke Uliyeniwota.

Asante kwa kunibuni kwa upendo, kwa kusudi na kwa nia ya milele.

Nisaidie kuona ndani yangu kile Wewe unaona.

Nifundishe kutembea katika utambulisho wangu wa kimungu na kuishi kulingana na ubunifu Wako.

Maisha yangu yaakisi utukufu Wako na ndoto Yako juu yangu.

Amina.

Hatua ya Wiki

Andika orodha ya sifa tano ambazo Mungu ameweka ndani yako. Kisha andika sentensi hii:

"Sifa hizi ni sehemu ya ndoto ya Mungu kwa maisha yangu."

Isome kila asubuhi kwa muda wa wiki moja.

SURA YA 4

WAKATI MOYO UNACHOKA

Uchovu wa kihisia haupunguzi thamani yako

Kuna uchovu ambao hauonekani. Uchovu ambao hauponi kwa usingizi, wala kwa kula, wala kwa kupumzika siku moja.

Kuna uchovu wa roho unaokuja pale mwanamke ametoa zaidi ya alicho nacho, amebeba kwa muda mrefu, amekuwa mwenye nguvu kwa kila mtu… isipokuwa kwa nafsi yake mwenyewe.

Moyo unachoka wakati:

- majukumu yanajikusanya
- maombi yanaonekana kuchelewa
- machozi yanajificha,
- imani inahisi kuwa nzito
- maisha yanadai zaidi ya kile unahisi unaweza kutoa.

Lakini uchovu si dhambi.

Uchovu si udhaifu.
Uchovu si ukosefu wa imani.
**Uchovu ni ishara kwamba roho yako inahitaji
kukumbatiwa na Mungu.**
Mungu hakutaki uwe mwenye nguvu kila wakati.
Anakualika **kupumzika katika nguvu Zake**.

Hadithi ya Biblia: Eliya chini ya mti wa mwiba

Eliya alikuwa nabii mwenye nguvu, jasiri, aliyejaa imani.
Lakini siku moja moyo wake **ulichoka**. Alikimbilia
jangwani, akaketi chini ya mti na kusema:

"Bwana, imetosha."

Hakutaka kuendelea. Hakuweza kuendelea.

Na Mungu alifanya nini?

- Hakumkemea.
- Hakumlaumu.

- Hakumwita dhaifu.

Mungu **alimpa pumziko**.
Mungu **alimpa chakula**.
Mungu **alimpa maji**.
Mungu **alimpa utulivu**.
Mungu **alimpa uwepo Wake**.

Mungu alijua kwamba uchovu hauponi kwa shinikizo, bali kwa **upole**.

Hadithi ya Utamaduni: Mwanamke Aliyeangusha Mtungi

Katika kijiji cha Kisii, aliishi mwanamke aitwaye **Atieno**. Kila siku alitembea kwenda kisimani. Siku moja, alipokuwa akirudi, mtungi wake ukateleza na kuvunjika. Yeye pia akaanguka chini na kuanza kulia. Hakulia kwa sababu ya mtungi…

alilia kwa sababu ya yote aliyokuwa amebeba peke yake.

Jirani yake alimuona, akamkaribia na kumbusu kwa upole. Akamwambia:

> *"Si mtungi uliovunjika... ni moyo wako. Na*
> *Mungu anataka kuuponya."*

Siku hiyo Atieno alielewa kwamba hata wanawake wenye nguvu zaidi wanahitaji mahali pa kupumzika.

Kati ya Rafiki Mduara

Maswali ya Kujadili *Entre Amigas*

- Ni sehemu gani ya moyo wako imechoka leo?
- Ni ishara gani zinakuonyesha kwamba unahitaji kupumzika?
- Ni nini kinakuzuia kuomba msaada?
- Unaamini Mungu anataka kukutia nguvu vipi katika msimu huu?

Tuombe pamoja

Bwana, Wewe unaujua uchovu wangu.

Unaona nguvu zangu na udhaifu wangu.

Leo naweka mizigo yangu mikononi Mwako.

Nipe pumziko, amani na upya wa roho.

Puliza uhai juu ya moyo wangu.

Amina.

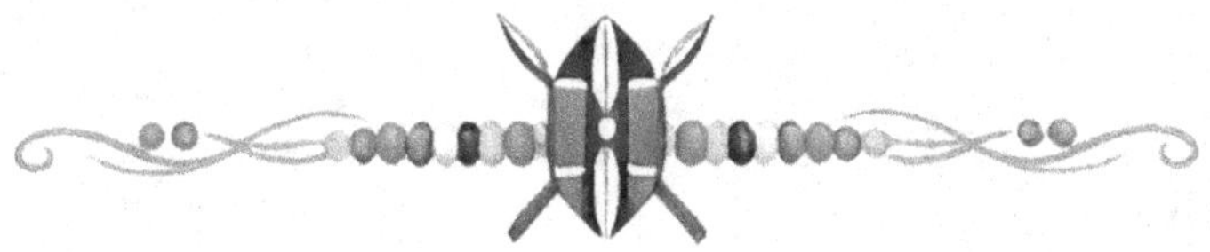

Hatua ya Wiki

Tenga dakika 10 kila siku kukaa kimya na kurudia maneno haya:

"Bwana, fanya moyo wangu upya."

SURA YA 5

MAJERAHA AMBAYO
HAKUNA ANAYOYAONA

Uponyaji wa kihisia kwa
mwanamke anayeendelea kutembea

Kuna majeraha yasiyotoa damu, lakini yanauma. Kuna majeraha yasiyoonekana, lakini ni mazito. Kuna majeraha yasiyozungumzwa, lakini yanaathiri kila kitu.

Wanawake wengi hutembea wakiwa na majeraha yasiyoonekana:

- maneno yaliyowaumiza,
- usaliti uliowavunja,
- hasara zilizowaumiza,
- ukimya uliowaacha na maumivu,
- majukumu yaliyowakandamiza,
- dhuluma ambazo hazikuwahi kusemwa.

Lakini Mungu haoni tu majeraha yako... Anayafahamu.
Na si tu kwamba anayafahamu... Anataka kuyaponya.
Uponyaji wa kihisia si kusahau.

Uponyaji wa kihisia ni **kumpa Mungu sehemu inayouma**.

Hadithi ya Biblia: Hana na kilio chake cha kimya

Hana alikuwa mwanamke aliyejeruhiwa. Si kwa kupigwa, bali kwa maneno. Si kwa adui, bali kwa maisha yenyewe. Maumivu yake yalikuwa makubwa kiasi kwamba alipokuwa akiomba, hakuweza kuzungumza—midomo yake tu ndiyo iliyosogea.

Biblia inasema:

"Roho yake ilikuwa na uchungu mwingi."

Lakini Mungu aliona kilio chake. Mungu alisikia maombi yake ya kimya. Mungu aliheshimu imani yake.

Mungu aliponya moyo wake kabla ya kumpa muujiza. Uponyaji wa Hana ulianza pale alipomimina roho yake mbele za Bwana.

Hadithi ya Utamaduni:
Mwanamke Aliyeimba Ili Kupona

Katika jamii karibu na Nakuru, aliishi mwanamke aitwaye Muthoni ambaye alikuwa amempoteza mume wake.

Kwa miezi mingi alikaa kimya. Siku moja, kanisani, alianza kuimba wimbo mtulivu. Alipoimba, machozi yakaanza kumtoka.

Mwanamke mzee alimkaribia na kumwambia:

> "Binti, mwanamke anapoimba huku akilia,
> Mungu anaponya roho yake."

Kuanzia siku hiyo, Muthoni aliimba kila asubuhi.

Na polepole, moyo wake ulirudi kupumua.

Maswali ya Kujadili *Entre Amigas*

- Ni majeraha gani unayobeba ndani yako ambayo hakuna anayajua?
- Ni nini kinakuzuia kuyazungumza?
- Ni sehemu gani ya hadithi ya Hana inayokugusa leo?
- Unaamini Mungu anataka kuponya nini ndani yako leo?

Tuombe pamoja

Bwana, gusa majeraha yangu yasiyoonekana.

Ponya kile ambacho hakuna anayeona.

Rejesha kilichovunjika ndani yangu.

Nifanye mpya kuanzia ndani hadi nje.

Amina.

Hatua ya Wiki

Andika maombi ya kweli kwa Mungu kuhusu jeraha ambalo hujawahi kulisema.

Usimwonyeshe mtu yeyote.

Mkabidhi Yeye tu.

SURA YA 6

UZITO WA UKIMYA

Wakati kunyamaza kunageuka kuwa mzigo

Kuna ukimya unaolinda... na ukimya unaoharibu. Kuna ukimya unaobeba amani... na ukimya unaobeba maumivu. Wanawake wengi hunyamaza kwa sababu:

- hawataki kuwasumbua familia,
- wanaogopa kuhukumiwa,
- wanahisi hakuna atakayewaelewa,
- wamezoea kuwa wenye nguvu,
- wanaamini kwamba sauti yao haina umuhimu.

Lakini ukimya wa muda mrefu hugeuka kuwa **mzigo**.

Mzigo unaobana kifua, unaoiba furaha, unaozima tumaini. Mungu hakukuumba uishi kimya. Mungu alikuumba ukiwa na **sauti**, neno, na uwezo wa kujieleza. Sauti yako ni sehemu ya ubunifu Wake.

Hadithi ya Biblia: Mwanamke Aliyepinda Mgongo

Katika Injili, Yesu alikutana na mwanamke aliyekuwa amepinda mgongo kwa miaka **18**. Hakuweza kusimama wima. Hakuweza kutazama juu. Hakuweza kuona mbingu. Mwanamke huyu ni mfano wa wanawake wengi waliobeba ukimya kwa miaka mingi.

Yesu alimwona.
Yesu alimwita.
Yesu alimgusa.
Yesu alimnyoosha.

Na aliponyooka, jambo la kwanza alilofanya lilikuwa kumsifu Mungu kwa sauti.

Ukimya wake ulivunjika.
Sauti yake ilirudi.
Heshima yake ilifufuka.

Hadithi ya Utamaduni: Mwanamke Aliyoongea kwa Mara ya Kwanza

Katika mkutano wa wanawake huko Eldoret, kijana aitwaye **Achieng** alikuwa amebeba maumivu moyoni kwa miaka mingi. Siku hiyo, wanawake wengine walipokuwa wakishiriki, alihisi moyo wake ukipata moto. Hatimaye akainua mkono na kusema:

> *"Leo nataka kuongea. Nimekaa kimya kwa*
> *muda mrefu sana."*

Alipomaliza kuongea, wanawake walimzunguka, wakamkumbatia na kumuombea. Baadaye Achieng alisema:

> *"Uponyaji wangu ulianza siku niliyofungua*
> *mdomo wangu."*

Maswali ya Kujadili *Entre Amigas*

- Ni ukimya gani umeubeba kwa miaka?

- Unaogopa nini kitatokea ukiongea?
- Ni sehemu gani ya historia yako inahitaji kusemwa?
- Ni nani unayeweza kumwamini akusikie?

Tuombe pamoja

Bwana, vunja uzito wa ukimya wangu.

Nipe ujasiri wa kuongea.

Nipe hekima ya kueleza moyo wangu.

Nirejeshee sauti uliyonipa.

Amina.

Hatua ya Wiki

Shiriki na rafiki unayemwamini kuhusu jambo au mzigo ambao umekuwa ukibeba kimya kimya. Chukua hatua ndogo, lakini ya kweli, kuelekea uhuru.

SURA YA 7

KUSAMEHE BILA KUSAHAU

Uhuru unaoponya roho

Kusamehe si rahisi. Kusamehe si jambo la haraka. Kusamehe si kusahau. Kusamehe ni mchakato mtakatifu ambapo Mungu hugusa kinachouma na kuachilia kinachokubana.

Wanawake wengi hubeba majeraha ya ndani:

- maneno yaliyowaumiza
- usaliti uliowavunja
- dhuluma ambazo hazikuwahi kurekebishwa
- ukimya uliowaacha na maumivu
- kuachwa kulikowaacha na makovu

Na hata wanapotamani kusonga mbele, maumivu bado yapo. Lakini msamaha si kukataa kilichotokea. Msamaha si kumhalalisha aliyekuumiza. Msamaha si kufuta kumbukumbu.

Msamaha ni kuachilia gereza la kihisia ili moyo wako uweze kupumua tena.

Kusamehe hakufuti historia…
lakini kunavunja minyororo.

Hadithi ya Biblia: Yosefu na msamaha unaoachilia

Yosefu alisalitiwa na ndugu zake wenyewe. Walimuuza, wakamkataa, wakamwacha. Miaka baadaye, alipokuwa na mamlaka ya kulipiza kisasi, alilia alipowaona. Hakulia kwa hasira. Alilia kwa sababu moyo wake ulikuwa **umeponywa**.

Yosefu alisema:

"Ninyi mlikusudia kunitendea mabaya, lakini Mungu ameyageuza kuwa mema."

Yosefu hakusahau kilichotokea. Lakini alichagua kutofungwa nacho. Msamaha haukubadilisha yaliyopita… lakini ulibadilisha mustakabali wake.

Hadithi ya Utamaduni: Mwanamke Aliyeachilia Jiwe

Katika jamii karibu na Mombasa, aliishi mwanamke aitwaye **Zawadi** ambaye alikuwa na kinyongo dhidi ya dada yake kwa miaka mingi. Siku moja, katika mkutano wa wanawake, kiongozi aliwaomba wachukue jiwe na kulishika mikononi mwao wakati wakiomba.

Baada ya dakika chache, kiongozi alisema:

> *"Hilo jiwe ni kinyongo chako. Unataka
> kulibeba kwa muda gani zaidi?"*

Zawadi akaanza kulia. Akafungua mkono wake na kuacha jiwe lianguke.

Sauti ya jiwe likigonga ardhi ilikuwa mwanzo wa **uhuru wake**.

Maswali ya Kujadili *Entre Amigas*

- Ni jeraha gani linakugharimu kulisamehe?
- Unaogopa nini kitatokea ukiachia kinyongo?

- Ni sehemu gani ya hadithi ya Yosefu inayokugusa leo?
- Ni "jiwe" gani unahitaji kuacha lianguke?

Tuombe pamoja

Bwana, nipe nguvu za kusamehe.

Gusa moyo wangu mahali ambapo bado panauma.

Nisaidie kuachilia kinachonifunga.

Ponya kumbukumbu zangu na urejeshe amani yangu.

Amina.

Hatua ya Wiki

Andika jina la mtu unayehitaji kumsamehe.

Mwombee kwa siku tatu.

Si kwa kumhalalisha, bali kwa kuachilia moyo wako.

SURA YA 8

MUNGU ANAPONYA
KUJITHAMINI KULIKOVUNJIKA

Wakati Yeye anarejesha kile ambacho maisha yameharibu

Kujithamini kwa mwanamke kunaweza kuvunjika kwa sababu nyingi:

- maneno makali,
- kulinganishwa na wengine,
- kuachwa,
- umaskini,
- unyanyasaji,
- kukataliwa,
- kushindwa,
- matarajio yasiyowezekana.

Na kujithamini kunapovunjika, mwanamke huanza kujiona kupitia macho ya maumivu, si kupitia macho ya Mungu.

Lakini Mungu hakukuoni jinsi unavyojiona.
Mungu anakutazama jinsi Alivyokubuni.
Anaona uzuri pale unapojiona na kasoro.
Anaona kusudi pale unapojiona na makosa.
Anaona nguvu pale unapojiona dhaifu.
Anaona thamani pale unapojiona na aibu.
Mungu haponyi moyo tu…
Mungu anaponya utambulisho.

Hadithi ya Biblia: Gideoni na utambulisho uliorejeshwa

Gideoni alijiona kuwa mdogo, dhaifu, asiye na umuhimu. Lakini Mungu alipomwita, alimwambia:

"Shujaa mwenye ujasiri."

Mungu hakuzungumza na yaliyopita.
Mungu alizungumza na ubunifu Wake.
Gideoni alijiona mdogo.
Mungu alimwona mwenye nguvu.

Ndivyo Mungu anavyofanya nawe:

Hakuiti kwa kile ulichokuwa, bali kwa kile
Alichokuota kuwa.

Hadithi ya Utamaduni: Msichana Aliyeacha Kujificha

Katika shule moja huko Kisumu, aliishi msichana aitwaye
Amina ambaye daima alitembea akiwa ameinamisha
kichwa. Alikuwa amedhihakiwa kwa muonekano wake na
asili yake ya unyenyekevu. Siku moja, mwalimu wake
alimwambia:

"Amina, unapokuwa mahali fulani, nuru
inaingia pamoja nawe."

Maneno hayo yalibadilisha kitu ndani yake.
Kwa mara ya kwanza, alinyanyua kichwa.
Kwa mara ya kwanza, aliamini kwamba ana thamani.
Mungu hutumia maneno kuponya utambulisho.

MASWALI YA KUJADILI *ENTRE AMIGAS*

- Ni maneno gani yaliyoumia kujithamini kwako?
- Ni uongo gani kuhusu wewe mwenyewe umeamini?
- Ni ukweli gani wa Mungu unahitaji kuukumbatia leo?
- Ni sehemu gani ya utambulisho wako ungependa Mungu airejeshe?

Tuombe pamoja

Bwana, rejesha utambulisho wangu.

Ponya kujithamini kwangu kulikovunjika.

Nisaidie kujiona jinsi Wewe unavyoniona.

Ondoa uongo wote ndani yangu na ujaze moyo wangu kwa ukweli Wako.

Amina.

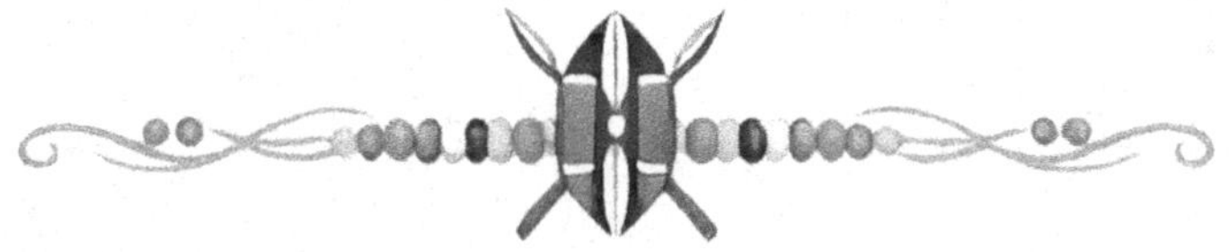

Hatua ya Wiki

Andika kauli tatu za kuthibitisha utambulisho wako kulingana na Neno la Mungu.

Zisome kwa sauti kila asubuhi.

SURA YA 9

KATI YA WANAWAKE: KUPONYA ROHO YA USHINDANI

Kutoka kuwa wapinzani hadi kuwa dada

Ushindani kati ya wanawake ni jeraha la kimya linalogawa, linaumiza na linaharibu mahusiano. Mara nyingi huzaliwa kutokana na:

- kutokuwa na usalama wa ndani,
- kujilinganisha na wengine,
- wivu,
- kujithamini kwa kiwango cha chini,
- majeraha ambayo hayajaponywa,
- shinikizo la kijamii.

Lakini Mungu hakuwabuni wanawake ili washindane.

Mungu aliwabuni wasaidiane na kukamilishana.

Mwanamke anapopona, anaweza kumsherehekea mwingine bila kujihisi mdogo. Mwanamke anapojua thamani yake, hahitaji kujilinganisha. Mwanamke anapofahamu kusudi lake, haogopi kusudi la mwingine. Ushindani ni tunda la hofu. Udugu wa wanawake ni tunda la upendo.

Hadithi ya Biblia: Lea na Raheli

Lea na Raheli walikuwa dada, lakini waliishi wakiwa wamefungwa katika kulinganisha na kushindana. Wote wawili walitamani kuonekana, kupendwa, kuthaminiwa. Wote waliumia. Wote walipigania nafasi katika moyo wa mwanaume.

Lakini Mungu **alimwona Lea**.
Mungu **alisikia kilio cha Raheli**.
Mungu **aliheshimu wote wawili**.
Ushindani haukuwapa amani.
Baraka ilikuja Mungu alipoingilia kati.

Hadithi ya Utamaduni: Wanawake Wawili wa Kwaya

Katika kanisa moja huko Nairobi, wanawake wawili waliimba kwenye kwaya. Mmoja alikuwa na sauti yenye nguvu; mwingine alikuwa na sauti tulivu. Kwa miaka walishindana kwa solos, kwa kutambuliwa, kwa kupata umakini.

Siku moja, mchungaji aliwaambia:

> "Mungu hakuwapa sauti sawa ili mshindane,
> bali ili muunde harmoni."

Siku hiyo walilia, wakakumbatiana na kuanza kuimba pamoja.

Kanisa halijawahi kusikia harmoni nzuri kama ile.

Maswali ya Kujadili *Entre Amigas*

- Ni wanawake gani umejilinganisha nao?
- Ni kutokuwa na usalama gani kunachochochea ushindani huo?

- Ni vipawa gani ulivyonavyo vinavyoweza kukamilisha wengine?
- Ni uhusiano gani wa kike unahitaji kuponywa?

Tuombe pamoja

Bwana, ponya moyo wangu kutokana na kulinganisha.

Nifungue kutoka kwa roho ya ushindani na unifundishe kuwapenda dada zangu.

Nifanye mwanamke anayesherehekea, anayejenga na anayounganisha.

Amina.

Hatua ya Wiki

Chagua mwanamke mmoja katika jamii yako na umthibitishe kwa ujumbe, neno au tendo. Sherehekea maisha yake bila hofu.

SURA YA 10

WAKATI RIZIKI
INAONEKANA KIDOGO

Imani inayotazama zaidi ya kilicho mikononi

Kuna misimu ambayo kile ulicho nacho mikononi kinaonekana hakitoshi: chakula, pesa, nguvu, muda, tumaini. Upungufu si wa vitu tu; wakati mwingine ni wa hisia, wa kiroho au wa kiakili.

Mwanamke Mkenya analijua hili vizuri: kunyoosha kilicho kidogo, kuongeza kilicho haba, na kuisimamia familia kwa ubunifu na imani.

Lakini wakati riziki inaonekana kidogo, Mungu hakutaki upuuze hali halisi.

Mungu anataka uitazame kwa macho ya imani.
Imani haikatai kilichopungua.
Imani inamtambua Mtoa Riziki.

Hadithi ya Biblia: Mjane wa Sarepta

Mjane mmoja, akiwa na mwanawe na unga kidogo pamoja na mafuta machache, alikuwa tayari kuandaa mlo wao wa mwisho.

Lakini Mungu akamtuma nabii Eliya na akamwomba tendo la imani:

"Nitengenezee kwanza mimi mkate."

Hakuwa na vya kutosha.
Hakuwa na uhakika.
Hakuwa na mustakabali.
Lakini alikuwa na imani.

Na Biblia inasema kwamba unga haukuisha na mafuta hayakupungua.

Mungu hakuzidisha kile ambacho hakukuwa nacho. Mungu alizidisha kile alichokitoa.

Hadithi ya Utamaduni: Mwanamke Aliyeshiriki Kibaba Chake cha Mwisho

Katika kijiji karibu na Kitale, aliishi mwanamke aitwaye **Chebet** ambaye alikuwa na unga kidogo tu kwa ajili ya familia yake. Siku hiyo, jirani yake alifika akilia kwa sababu hakuwa na chochote cha kuwalisha watoto wake. Chebet alisita, lakini akaamua kugawana nusu.

Jioni hiyo hiyo, ndugu ambaye hakutarajia alifika… akiwa na mfuko mkubwa wa vyakula.

Chebet alisema:

> "Mungu alizidisha kile nilichodhani ni
> kidogo sana."

Maswali ya Kujadili *Entre Amigas*

- Ni eneo gani la maisha yako unahisi upungufu?
- Mungu anakutaka utoe nini leo?
- Ni nini kinakuzuia kuamini riziki ya Mungu?

- Ni miujiza gani midogo umeona katika maisha yako?

Tuombe pamoja

Bwana, wakati kile nilicho nacho kinaonekana kidogo, nikumbushe kwamba Wewe unatosha.

Zidisha nguvu zangu, rasilimali zangu na imani yangu.

Nifundishe kuamini riziki Yako ya kila siku.

Amina.

Hatua ya Wiki

Shiriki kitu kidogo na mtu anayehitaji.

Si kiasi kinachojalisha… ni moyo.

SURA YA 11

IMANI YA WANAWAKE
WENYE NGUV

Nguvu inayozaliwa kwa kumtumainia Mungu

Mwanamke mwenye nguvu si yule ambaye hajawahi kulia. Mwanamke mwenye nguvu si yule ambaye hajawahi kutilia shaka. Mwanamke mwenye nguvu si yule ambaye hajawahi kuanguka. Mwanamke mwenye nguvu ni yule **anayendelea kuamini hata maisha yanapomsukuma.**

Ni yule anayeomba akiwa mchovu.
Ni yule anayeinuka akiwa amevunjika.
Ni yule anayewashika wengine wakati
Mungu anamshika yeye.
Nguvu ya mwanamke haitoki
kwenye tabia yake…
inatoka kwenye imani yake.

Hadithi ya Biblia: Debora, mwanamke aliyeongoza kwa imani

Debora alikuwa nabii, mwamuzi na kiongozi wa Israeli. Hakuwa na jeshi, hakuwa na silaha, hakuwa na nguvu za kijeshi.

Lakini alikuwa na kitu kikubwa zaidi:

imani kwa Mungu.

Wakati wote waliogopa, yeye alisema:

"Simama, kwa maana leo Bwana amemtia
adui mikononi mwako."

Debora hakuwa mwenye nguvu kwa sababu alikuwa mkamilifu.

Alikuwa mwenye nguvu kwa sababu alimtumainia Mungu mkamilifu.

Hadithi ya Utamaduni: Mwanamke Aliyeombea Kijiji Chake

Katika jamii ya Turkana, aliishi mwanamke aitwaye **Namusoke** ambaye aliomba kila alfajiri kwa ajili ya kijiji chake. Aliomba kwa ajili ya mvua, amani, riziki, watoto wake na watoto wa wanawake wengine.

Siku moja, kiongozi wa eneo alimwambia:

"Imani yako inashikilia kijiji hiki kuliko nguvu za mwanamume yeyote."

Nguvu ya Namusoke haikuwa mikononi mwake... ilikuwa katika imani yake.

Maswali ya Kujadili *Entre Amigas*

- Ni wanawake gani wenye nguvu wameathiri maisha yako?
- Ni eneo gani la maisha yako linahitaji imani leo?
- Ni nini kinakuzuia kumtumainia Mungu kikamilifu?

- Debora anakufundisha nini kuhusu uongozi wako mwenyewe?

Tuombe pamoja

Bwana, nifanye mwanamke mwenye nguvu katika imani.

Nisaidie kukutumainia zaidi ya ninavyozitumainia nguvu zangu. Inua roho yangu na uthibitishe hatua zangu.

Amina.

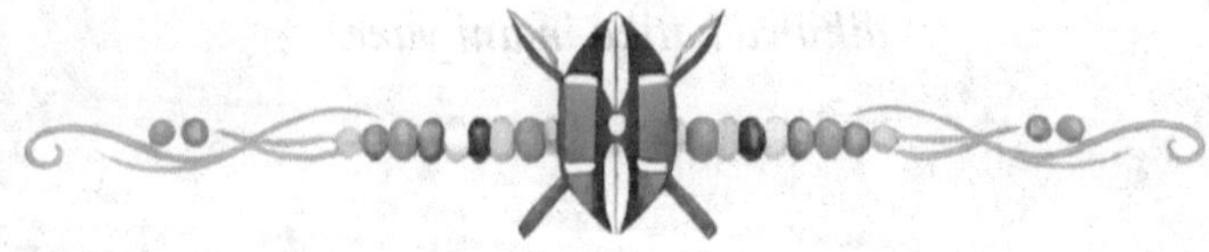

Hatua ya Wiki

Muombee mwanamke mwingine anayepitia vita.

Imani inayoshirikiwa huongezeka.

MUNGU KATIKA
SIKU ZA MACHOZI

Uwepo unaotuliza wakati roho inaumia

Kuna siku ambazo machozi hutiririka bila ruhusa. Siku ambazo moyo ni mzito. Siku ambazo imani inaonekana dhaifu. Siku ambazo mwanamke hujiuliza:

"Mungu yuko wapi katika maumivu haya?"

Mungu hauepuki machozi yako. Mungu anakaribia machozi yako.

Biblia inasema:

> "Yeye hukusanya machozi yako katika chupa
> Yake."

Hiyo inamaanisha hakuna chozi linalopotea. Hakuna

chozi linalopuuzwa. Hakuna chozi lisilo na maana. Mungu yupo hata unapomhisi hayupo.

Hadithi ya Biblia: Maria akilia kaburini

Maria Magdalena alikuwa analia mbele ya kaburi tupu la Yesu.

Alikuwa amechanganyikiwa, mwenye huzuni, mwenye kukata tamaa.

Na katikati ya machozi yake,

Yesu alikaribia na kumwita kwa jina:

"Maria."

Hakumtambua mpaka Aliposema.

Wakati mwingine machozi hufunika macho...
lakini hayazuii sauti ya Mungu.

Yesu hujifunua katika siku za machozi.

Hadithi ya Utamaduni: Mwanamke Aliyelia Kanisani

Katika kanisa la Eldama Ravine, mwanamke aitwaye **Wairimu** aliingia akiwa na moyo uliovunjika. Wakati wa ibada, alianza kulia bila kuweza kujizuia. Mwanamke mzee alimkaribia, akamkumbatia na kusema:

"Binti, machozi yako ni maombi. Mungu anayafahamu."

Siku hiyo, Wairimu hakupata majibu…
lakini alipata faraja.

Maswali ya Kujadili *Entre Amigas*

- Ni machozi gani umehifadhi siku za hivi karibuni?
- Ni nini kinakuma leo?
- Hadithi ya Maria inakufundisha nini kuhusu uwepo wa Mungu?
- Ni faraja gani unahitaji kutoka kwa Mungu katika msimu huu?

Tuombe pamoja

Bwana, Wewe unayajua machozi yangu.

Unaona maumivu yangu na unasikia moyo wangu.

Nikumbatie katika siku zangu ngumu.

Nikumbushe kwamba siko peke yangu.

Amina.

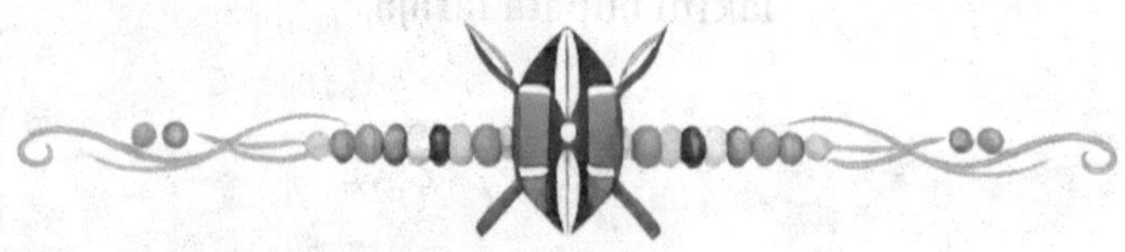

Hatua ya Wiki

Andika maombi katika mfumo wa barua kwa Mungu ukieleza maumivu yako.

Usihariri. Usichuje.

Mimina moyo wako kama Maria.

SURA YA 13

TUMAINI KWA AJILI YA KESHO

Wakati Mungu anafungua njia zisizokuwepo

Kesho inaweza kuwa chanzo cha furaha… au cha hofu. Kuna wanawake wanaotazama mbele kwa matumaini, na wengine kwa wasiwasi:

- *"Itakuwaje kwa watoto wangu?"*
- *"Nitawezaje kusonga mbele?"*
- *"Familia yangu itakuwaje?"*
- *"Nitakabiliana vipi na yajayo?"*
- *"Kutakuwa na riziki? Amani? Fursa?"*

Lakini tumaini si hisia.

Tumaini ni Mtu: Mungu Mwenyewe.

Tumaini halitegemei unachoona, bali kile Mungu alichoahidi.

Halizaliwi na nguvu zako, bali na uaminifu Wake.
Halitegemei mipango yako, bali kusudi Lake.
Mungu hakukuleta hapa ili kukuacha.

Mungu tayari yuko katika kesho yako.

Hadithi ya Biblia: Yeremia na ahadi katika nyakati ngumu

Waisraeli walikuwa utumwani, mbali na nchi yao, bila uhuru, bila uthabiti, bila mustakabali. Na katika giza hilo, Mungu alituma neno:

> *"Kwa maana Najua mawazo niliyo nayo kwa*
> *ajili yenu... mawazo ya amani na si ya*
> *mabaya, kuwapa tumaini na mwisho*
> *mwema."*

Mungu hakuzungumza wakati mambo yalikuwa mazuri.

Alizungumza wakati kila kitu kilikuwa kimevunjika.
Tumaini la Mungu halitegemei hali...

linategemea tabia Yake.

Hadithi ya Utamaduni: Msichana Aliyeota Kusoma

Katika jamii ya Machakos, msichana aitwaye **Njeri** aliota kusoma uuguzi, lakini familia yake haikuwa na uwezo. Hata hivyo, kila usiku aliomba:

"Bwana, fungua njia."

Siku moja, shirika la Kikristo lilifika kanisani kwao likitoa ufadhili kwa vijana wenye moyo wa huduma. Njeri aliomba nafasi... na akachaguliwa.

Akasema:

"Mungu tayari alikuwa katika kesho yangu
kabla sijafika."

Maswali ya Kujadili *Entre Amigas*

- Ni hofu gani ulizonazo kuhusu kesho?
- Ni ahadi gani za Mungu unahitaji kukumbuka?

- Ni ndoto gani umeziacha kwa sababu ya hofu?
- Ungependa Mungu afanye nini katika kesho yako?

Tuombe pamoja

Bwana, jaza moyo wangu tumaini.

Fungua njia nisipoziona.

Elekeza hatua zangu kuelekea kesho uliyonitengenezea.

Amina.

Hatua ya Wiki

Andika maombi kuhusu kesho yako na umkabidhi Mungu.

Iweke ndani ya Biblia yako kama ukumbusho wa uaminifu Wake.

SURA YA 14

SAUTI YAKO INA UMUHIMU

*Mwanamke anapoongea kwa
kusudi hubadilisha dunia yake*

Kuna wanawake waliowahi kufundishwa kunyamaza. Kuna wanawake waliopuuzwa. Kuna wanawake waliotwaliwa sauti na maisha, tamaduni au maumivu.

Lakini Mungu alikupa sauti.

Na sauti yako ina **nguvu**.

Sauti yako inaweza:

- kuponya
- kuthibitisha
- kurekebisha
- kufundisha
- kufariji
- kuinua

* kubadilisha

Sauti yako ina umuhimu nyumbani, kanisani, katika jamii na katika taifa.

Sauti yako ina umuhimu kwa sababu Mungu aliweka ndani yako **kwa kusudi**.

Mwanamke anapoongea kwa hekima ya Mungu, mazingira hubadilika.

Hadithi ya Biblia: Esta, mwanamke aliyesema kwa wakati sahihi

Esta alikuwa kijana, mgeni, yatima na kana kwamba hana ushawishi. Lakini Mungu alimweka mahali pa kimkakati. Wakati watu wake walikuwa hatarini, alipaswa kuamua kama atanyamaza au atasema.

Mjomba wake Mordekai alimwambia:

> *"Nani ajuaye kama kwa wakati kama huu*
> *umefika ufalme?"*

Esta aliongea.

Na sauti yake iliokoa taifa.

Sauti yako pia inaweza kuokoa, kulinda, kuongoza na kubadilisha.

Hadithi ya Utamaduni: Mwanamke Aliyemtetea Jirani Yake

Katika jamii ya Nakuru, mwanamke aitwaye **Wanjiru** aliona jirani yake akitendewa vibaya na mfanyabiashara.

Wanawake wengi walinyamaza, lakini Wanjiru alisimama na kusema:

"Hili si sawa."

Ujasiri wake uliwafanya wanawake wengine waungane.

Mfanyabiashara akaomba msamaha.
Uonevu ukasimamishwa.
Sauti moja ilifungua njia kwa wengi.

Maswali ya Kujadili *Entre Amigas*

- Ni maeneo gani umenyamaza kwa sababu ya hofu?
- Ni nini kinakuzuia kutumia sauti yako?
- Esta anakufundisha nini kuhusu ujasiri?
- Ni wapi unahitaji kuongea kwa kusudi?

Tuombe pamoja

Bwana, amsha sauti yangu. Nipe ujasiri wa kuongea pale inapohitajika. Jaza maneno yangu hekima, upendo na ukweli.

Amina.

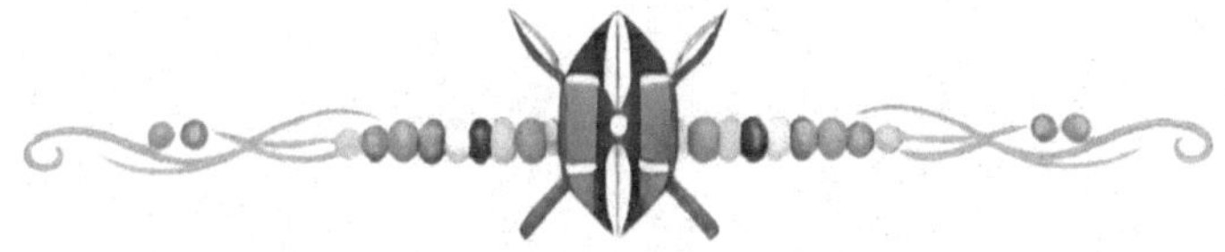

HATUA YA WIKI

Andika sentensi ambayo unahitaji kusema — kwako, kwa mtu mwingine au kwa Mungu — na uiseme kwa upendo na uwazi.

VIPAWA VYAKO NI ZAWADI KWA JAMII YAKO

Vipawa Vyako ni Zawadi kwa Jamii Yako

Kile Mungu alikiweka ndani yako si kwa ajili yako *tu* Kila mwanamke ana vipawa. Haijalishi umri wake, elimu yake, historia yake au hali yake ya kiuchumi.

Mungu aliweka ndani yako:

- uwezo wa kusikiliza
- kipawa cha kufundisha
- ustadi wa kupika
- hekima ya kushauri
- shauku ya kuomba
- ubunifu
- uongozi
- huruma

Lakini vipawa havikupewa ili vifichwe.

Vipawa vilipewa ili **kuhudumia, kujenga na kubariki**.

Jamii yako inahitaji kile Mungu alikiweka ndani yako.

Hadithi ya Biblia: Dorkasi, mwanamke aliyekuwa akihudumu kwa mikono yake

Katika kitabu cha Matendo, Dorkasi (Tabitha) alijulikana kwa matendo yake mema. Alishona nguo kwa ajili ya wajane, aliwasaidia wahitaji na kuhudumu kwa upendo.

Alipokufa, jamii nzima ililia. Wanawake walionyesha mavazi aliyowashonea.

Kipawa chake kiligusa maisha.

Mungu alimfufua kupitia Petro, kwa sababu kusudi lake halikuwa limeisha.

Dorkasi hakuongoza. Hakuhubiri. Hakuwa na cheo.

Lakini kipawa chake **kilibadilisha jamii yake**.

Hadithi ya Utamaduni: Mwanamke Aliyefundisha Wengine Kuanza Biashara

Katika kijiji cha Nyeri, mwanamke aitwaye **Grace** alijua kutengeneza sabuni. Badala ya kuficha ujuzi wake, aliamua kufundisha wanawake wengine. Baada ya miezi michache, wengi walianza kuuza sabuni na kuziendeleza familia zao.

Grace alisema:

> "Kipawa changu hakikuwa changu peke
> yangu. Kilikuwa cha kuinua wengine."

Maswali ya Kujadili *Entre Amigas*

- Ni vipawa gani unavitambua ndani yako?
- Ni vipawa gani wengine wameviona ndani yako?
- Unaweza kuvitumiaje kubariki jamii yako?
- Ni nini kinakuzuia kushiriki kile Mungu alikupa?

Tuombe pamoja

Bwana, asante kwa vipawa ulivyoweka ndani yangu. Nionyeshe jinsi ya kuvitumia kuhudumia, kupenda na kujenga. Nifanye mwanamke anayezidisha kile anachopokea.

Amina.

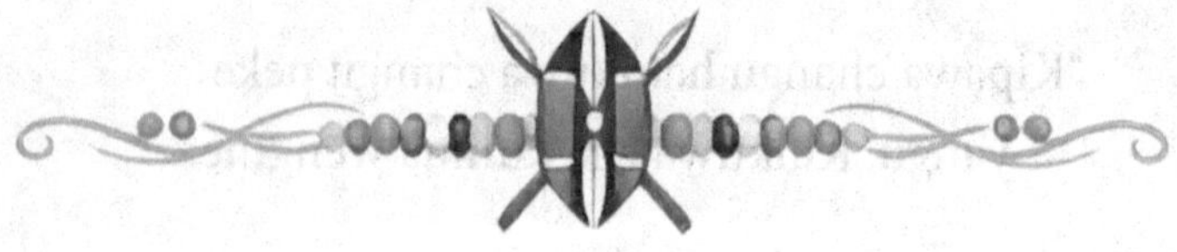

Hatua ya Wiki

Tambua kipawa kimoja ulicho nacho na ukitumie kubariki mtu au kikundi wiki hii.

SURA YA 16

KUTEMBEA KWA KUSUDI

Wakati hatua zako zinafuata ubunifu wa Mungu

Kuna wanawake wanaotembea kwa wajibu. Kuna wanaotembea kwa mazoea. Kuna wanaotembea kwa mahitaji. Lakini kuna wanawake wanaotembea kwa kusudi. Kutembea kwa kusudi si kuwa na kila kitu wazi. Si kuwa na mpango mkamilifu. Si kutohisi hofu. Kutembea kwa kusudi ni **kujua ni nani aliyekutuma**. Mwanamke anapofahamu kwamba Mungu alimwumba kwa makusudi, hatua zake hubadilika.

Haendi ili kuwapendeza wengine.
Haendi ili kuishi tu.
Haendi ili kutimiza matarajio ya watu.
Anatembea kwa sababu Mungu **alimwita**.
Anatembea kwa sababu Mungu **anamwongoza**.
Anatembea kwa sababu Mungu **anamthibitisha**.
Kusudi lako si mahali pa kufika…
ni njia ya kutembea.

Hadithi ya Biblia: Ruthi, mwanamke aliyekaribia hatima yake

Ruthi alikuwa mgeni, mjane, maskini na bila mustakabali. Lakini alifanya uamuzi uliobadilisha historia yake:

"Watu wako watakuwa watu wangu, na
Mungu wako atakuwa Mungu wangu."

Hatua hiyo ya imani ilimpeleka:

- katika nchi mpya,
- katika familia mpya,
- katika kusudi jipya,
- katika nafasi ya ukoo wa Yesu.

Ruthi hakujua anakokwenda…
Lakini alijua **anatembea na nani**.

Hadithi ya Utamaduni: Mwanamke Aliyefungua Biashara Ndogo

Katika kijiji cha Meru, mwanamke aitwaye **Kendi** alianza kuuza chai na mandazi kwenye meza ndogo. Hakuwa na mtaji, lakini alikuwa na kusudi. Kila asubuhi aliomba:

"Bwana, bariki hatua zangu."

Leo, Kendi ana mgahawa mdogo, anawaajiri wanawake wengine na anaisimamia familia yake.

Anasema:

"Haikuwa biashara… lilikuwa kusudi la
Mungu katika hatua zangu."

Maswali ya Kujadili *Entre Amigas*

- Ni hatua gani unazochukua bila kusudi?
- Ni nini kinakuzuia kutembea kuelekea kile
  Mungu alikuonyesha?
- Ruthi anakufundisha nini kuhusu ujasiri?

- Ni kusudi gani unahisi Mungu analifufua ndani yako?

Tuombe pamoja

Bwana, ongoza hatua zangu.

Nionyeshe njia uliyonitengenezea.

Nifanye mwanamke anayetembea kwa kusudi, imani na ujasiri.

Amina.

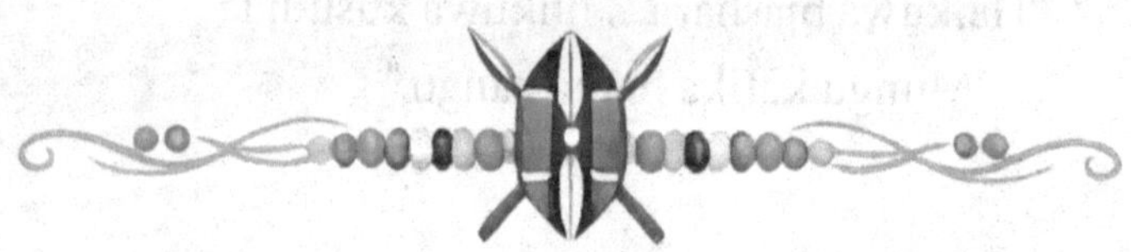

Hatua ya Wiki

Andika hatua moja ndogo — lakini ya kweli — unayoweza kuchukua kuelekea kusudi lako. Ifanye wiki hii.

SURA YA 17

MWANAMKE ANAYEBADILISHA VIZAZI

Athari yako inaenda mbali zaidi ya unachoona

Kuna wanawake wanaoamini kwamba maisha yao ni madogo. Kwamba wanachofanya hakina maana. Kwamba maombi yao hayabadilishi chochote. Kwamba dhabihu zao hazionekani.

Lakini Mungu anaona mbali kuliko wewe.

Mungu anaona vizazi.

Mwanamke anaweza kubadilisha vizazi:

- kwa ombi moja
- kwa uamuzi mmoja
- kwa tendo moja la imani
- kwa dhabihu moja
- kwa "ndiyo" kwa Mungu
- kwa "hapana" kwa dhambi

- kwa hatua moja ya utii

Maisha yako hayamaliziki kwako.

Maisha yako ni mbegu.

Hadithi ya Biblia: Loida na Eunike, wanawake waliomlea Timotheo

Timotheo alikuwa kiongozi mkuu, mchungaji na mwanafunzi wa Paulo. Lakini imani yake haikuanza kwake. Biblia inasema:

> "Imani ya kweli iliyokaa kwanza katika bibi
> yako Loida na mama yako Eunike."

Wanawake wawili.
Vizazi viwili.
Urithi mmoja wa kiroho.
Hawakuhubiri mbele ya makutano.
Hawakuandika barua.
Hawakusafiri na Paulo.

Lakini walimlea mtu aliyebadilisha kanisa.

Hadithi ya Utamaduni: Bibi Aliyeombea Wajukuu Wake

Katika jamii ya Kakamega, aliishi bibi aitwaye **Mama Achieng** ambaye kila usiku aliwaombea wajukuu wake. Miaka baadaye, mmoja wao aligeuka kuwa mchungaji. Alisema:

> "Huduma yangu ilianza katika maombi ya
> bibi yangu."

> Yeye hakuwahi kupanda madhabahuni…
> lakini **alibadilisha vizazi**.

Maswali ya Kujadili *Entre Amigas*

- Ni urithi gani ungependa kuacha?
- Ni maamuzi gani yako yatagusa watoto wako au jamii yako?
- Ni wanawake gani wameathiri maisha yako?

- Ni sehemu gani ya historia yako inaweza kubariki kizazi kijacho?

Tuombe pamoja

Bwana, nifanye mwanamke anayechora alama za milele.

Maamuzi yangu, maneno yangu na imani yangu viwabariki wanaokuja nyuma yangu.

Tumia maisha yangu kubadilisha vizazi.

Amina.

Hatua ya Wiki

Mwombee mtu aliye mdogo kuliko wewe.

Taja jina lake.

Tangaza baraka juu ya kesho yake.

SURA YA 18

KUWA AMANI KATI
YA MIGOGORO

Mwanamke anayebeba uwepo wa
Mungu mahali ambapo wengine hubeba mvutano

Migogoro ni sehemu ya maisha: nyumbani, katika familia, kanisani, na katika jamii. Lakini wapo wanawake wanaobeba **amani** mahali ambapo wengine hubeba **mvutano**. Wapo wanawake wanaozima moto kwa maneno ya upole. Wapo wanawake wanaounganisha kile kilichokuwa kimegawanyika. Wapo wanawake wanaotuliza kile kilichokuwa kimechafuka. Amani siyo kukosekana kwa matatizo.

Amani ni uwepo wa Mungu katikati ya matatizo hayo.
Mungu amekuita uwe mbebaji wa amani.

Hadithi ya Biblia: Abigail, mwanamke aliyekomesha janga

Abigail alikuwa mwanamke mwenye hekima na ujasiri.

Mume wake, Nabali, alikuwa amemchochea Daudi kwa hasira. Mgogoro mkubwa ulikuwa karibu kulipuka.

Lakini Abigail alichukua hatua:

- alileta vyakula na mahitaji,
- alizungumza kwa unyenyekevu,
- alisimama kama mpatanishi kwa hekima,
- alituliza moyo wa Daudi.

Biblia inasema kwamba Daudi alibariki busara yake. Mwanamke mmoja alizuia vita.

Hadithi ya Utamaduni: Mwanamke aliyesimamisha ugomvi

Katika mtaa mmoja wa Nairobi, familia mbili zilikuwa zikibishana kwa hasira.

Mwanamke mmoja aitwaye Mama Faith alitoka nyumbani kwake, akainua mikono na kusema:

"Ndugu zangu, tukumbuke sisi ni jamii moja. Amani ni ya thamani kuliko kushinda hoja."

Sauti yake iliwatuliza wanaume.
Uwepo wake ulisimamisha ugomvi.
Hekima yake ilizuia mgogoro mkubwa zaidi.

Maswali ya Kujadili *Kati ya Marafiki*

- Ni migogoro gani inayokuzunguka leo?
- Unawezaje kuleta amani badala ya mvutano?
- Abigail anakufundisha nini kuhusu hekima?
- Ni maneno gani unahitaji kutumia… au kuacha kutumia?

Tuombe pamoja

Bwana, nifanye mwanamke wa amani.

Jaza kinywa changu kwa maneno ya upole na moyo wangu kwa hekima.

Popote ninapofika, Uwepo Wako ufike pia.

Amina.

Hatua ya Wiki

Chagua mgogoro mdogo katika mazingira yako na uchukue hatua ya kuleta amani:

neno la upole, kuomba msamaha, tendo jema, au ukimya wenye hekima.

HITIMISHO

UJUMBE WA
MWISHO WA KITABU

Dada mpendwa,

Unapofunga kitabu hiki, nataka ukumbuke jambo la milele: **hutembei peke yako.** Mungu anakusindikiza, Roho Wake anakungoza, na dada zako wanakuzunguka. Maisha ya mwanamke wa Kenya yamejaa nguvu, uzuri, kujitoa na imani, lakini pia yana nyakati ambazo roho inahitaji pumziko, ushirika, na kumbatio la kiroho.

Kwa hiyo, kabla sijakuaga, nataka nikuachie maneno haya ambayo Roho Mtakatifu alinipa miaka mingi iliyopita— maneno yaliyogeuka kuwa wimbo *Sister Friend — Amiga Hermana*. Leo nakushirikisha kama zawadi, kama agano kati ya wanawake, kama tamko la upendo na udugu:

Uwe Macho Yangu,
Wakati siwezi kuona hatari.
Uwe Mikono Yangu,
Wakati siwezi kugusa uhitaji.

Uwe Miguu Yangu,
Wakati siwezi kutembea kuelekea lengo lililowekwa.
Uwe Mdomo Wangu,
Wakati siwezi kueleza hisia zangu.
Uwe Kitambaa Changu cha Machozi,
Wakati maumivu ninapokutana nayo.
Uwe Mgongo Unao Nibeba,
Wakati siwezi kuendelea tena.
Rafiki Dada, Nakuhitaji,
Na mimi pia nitafanya hivyo kwako.
Imevuviwa na Roho Mtakatifu
Imeandikwa na Edna L. Isaac

Maneno haya ni zaidi ya mashairi. Ni mwito. Ni mwaliko. Ni utume. Ni moyo wa kitabu hiki:

Entre Amigas — Kati ya Marafiki Dada.

Kila mwanamke anayesoma mistari hii ajue kwamba ana dada anayemwombea, anayembeba, anayemsikiliza, anayemsindikiza. Ajue kwamba ana jamii. Ana duara la upendo. Ana Mungu anayemwona.

Asante kwa kufungua moyo wako. Asante kwa kutembea nami. Asante kwa kuwa sehemu ya familia hii ya kiroho ambayo Mungu anaijenga kati ya mataifa na vizazi.

Kwa upendo wa kina,

Rafiki Dada Yako katika Kristo

BARAKA YA MWISHO KWA WANAWAKE WA KENYA

PIA KWA AJILI YAKO, RAFIKI DADA

Mwanamke wa Kenya, Binti Mpendwa wa Mungu, Kazi Kamili ya Muumba, na kwa kila mwanamke atakayesoma kitabu hiki:

Bwana na akufunike kwa neema Yake, akutie nguvu kwa Roho Wake, na akuzungushe na wanawake watakaotembea nawe kama Marafiki Dada — Amigas Hermanas.

Aweke kando yako wanawake watakaokuwa:

- **macho yako** unaposhindwa kuona
- **mikono yako** unaposhindwa kugusa
- **miguu yako** unaposhindwa kusonga mbele
- **sauti yako** wakati roho inapokosa maneno

- **kitambaa chako cha machozi** wakati maumivu yanapokutembelea
- **mgongo unaokubeba** unapofikia mwisho wa nguvu zako

Na wewe pia uwe hivyo kwa wengine.

Maisha yako yawe kimbilio la amani, nyumba yako iwe madhabahu ya imani, jamii yako iwe bustani inayochanua kwa sababu ya upendo wako, na historia yako iwe ushuhuda utakaohamasisha vizazi vijavyo.

Mungu aliyemwona Hagar jangwani aone kila hatua unayopiga.

Mungu aliyesikia kilio cha Ishmaeli asikie maombi yako ya kimya.

Mungu aliyemwita Maria kwa jina amwite **wewe** kila asubuhi.

Nuru Yake ikuangaze, Uwepo Wake uandamane nawe, Kusudi Lake likuongoze, na Upendo Wake ukushike imara.

Na ukumbuke daima ukweli huu:

> *Unaonekana. Unapendwa. Umechaguliwa. Wewe*
> *ni mwanamke ambaye Mungu aliota juu*
> *yake.*

Amina.

DUARA LA KATI
YA MARAFIKI

MWONGOZO KWA VIKUNDI
VIDOGO VYA WANAWAKE

Entre Amigas ni nafasi ambapo wanawake hukutana kushiriki, kupona, kuomba na kukua pamoja. Ni duara la kuaminiana, kimbilio la kiroho na kihisia, na mahali ambapo kila mwanamke anakumbushwa kwamba **hayuko peke yake**. Duara hili linaheshimu kiini cha mwanamke wa Kenya: **imani yake ya kina, upendo wake kwa jamii, na ustahimilivu wake mbele ya changamoto za maisha.**

Lengo la Entre Amigas

- Kuunda mazingira salama ambapo kila mwanamke anaweza kufungua moyo wake bila kuhukumiwa.
- Kuimarisha imani, utambulisho na heshima ya kila mshiriki.
- Kuponya majeraha ya ndani kupitia Neno, maombi na udugu wa wanawake.

- Kuthibitisha kwamba kila mwanamke ni muundo wa Mungu mwenye kusudi la milele.
- Kukuza mtandao wa wanawake wanaobadilisha nyumba, makanisa na jamii.

Jinsi ya Kuanza Kikundi cha Entre Amigas

- Kusanya wanawake **6 hadi 12**.
- Chagueni mahali rahisi na pa kupendeza: nyumbani, kanisani, ukumbi wa jamii au chini ya mti.
- Kutana kila wiki au kila baada ya wiki mbili.
- Kila kikao hudumu dakika **60–90**.
- Unachohitaji ni Biblia, daftari na mioyo iliyo tayari.

Muundo wa Kila Mkutano wa Entre Amigas

1. **Karibu ya joto (dakika 5)** — kumbatio, tabasamu, "Karibu dada."
2. **Wimbo au ibada (dakika 5)** — wimbo wa injili, kwaya ya Kiafrika au wimbo mtulivu.
3. **Usomaji wa sura iliyopangwa (dakika 10)** — mwanamke mmoja asome kwa sauti au kila mmoja asome kimya kimya.
4. **Tafakari inayoongozwa (dakika 10)** — mazungumzo kuhusu kilichogusa mioyo yao.
5. **Maswali ya kina (dakika 15–20)** — kulingana na maswali ya sura.

6. **Maombi kati ya marafiki (dakika 10)** — wawili wawili au wote pamoja.

7. **Hatua ya vitendo ya wiki (dakika 5)** — hatua ndogo ya imani au uponyaji.

8. **Kuagana kwa baraka (dakika 2).**

VIPINDI VYA ENTRE AMIGAS

Vipindi sita vya kuandamana na usomaji wa kitabu

Kikao cha 1 — Utambulisho na Heshima

"Unaonekana na Mungu"

Lengo

Kukumbuka kwamba kila mwanamke ni muundo wa Mungu, anaonekana, anapendwa na anajulikana na Yeye.

Usomaji

Sura 1–3.

Mazungumzo

- Ni lini uliwahi kujisikia kama hauonekani?
- Ni sehemu gani ya hadithi ya Hagar iliyokugusa zaidi?
- Ni sifa gani zako zinazoakisi ndoto ya Mungu?

Shughuli

Andika kwenye kadi: *"Mimi ni mwanamke ambaye Mungu aliniota."*

Maombi

Kwa ajili ya utambulisho, kujithamini na kusudi.

Kikao cha 2 — Uponyaji wa Kihisia

"Majeraha ambayo hakuna anayoyaona"

Lengo

Kuunda nafasi salama ya kutambua majeraha ya ndani na kuruhusu Mungu aponye.

Usomaji

Sura 4–7.

Mazungumzo

- Ni majeraha gani umebeba kimya kimya?

- Ni nini kigumu kwako kusamehe?

- Ni sehemu gani ya hadithi ya Hana inayokufanana?

Shughuli

Shika jiwe wakati wa maombi, kisha ulitupe kwenye chombo kama ishara ya kuachilia.

Maombi

Kwa uponyaji wa ndani na uhuru wa kihisia.

Kikao cha 3 — Mahusiano na Jamii

"Kati ya wanawake: kuponya ushindani"

Lengo

Kurejesha mahusiano kati ya wanawake na kuimarisha udugu.

Usomaji

Sura 8–9.

Mazungumzo

- Ni kulinganisha gani kumeiba amani yako?
- Ni vipawa gani unavyoona kwa wanawake wengine ambavyo unaweza kusherehekea?
- Ni uhusiano gani unahitaji kuponywa?

Shughuli

Kumthibitisha mwanamke mwingine kwa neno au tamko la kuinua moyo.

Maombi

Kwa umoja, upendo na upatanisho.

Kikao cha 4 — Imani Wakati wa Ugumu

"Wakati riziki inaonekana kuwa haba"

Lengo

Kuimarisha imani katikati ya upungufu, uchovu na kutokuwa na uhakika.

Usomaji

Sura 10–12.

Mazungumzo

- Ni wapi unahitaji riziki ya Mungu?
- Ni miujiza midogo gani umeona?
- Unajifunza nini kutoka kwa mjane wa Sarepta?

Shughuli

Andika hitaji lako na uliweke kwenye kikapu kwa ajili ya maombi ya pamoja.

Maombi

Kwa riziki, nguvu na tumaini.

Kikao cha 5 — Kusudi na Utume

"Kutembea kwa kusudi"

Lengo

Kusaidia kila mwanamke kugundua na kuamsha kusudi lake la kimungu.

Usomaji

Sura 13–15.

Mazungumzo

- Ni kusudi gani unahisi Mungu anakuamsha ndani yako?

- Ni vipawa gani unaweza kutumia kwa ajili ya jamii yako?
- Ni urithi gani ungependa kuacha?

Shughuli

Andika hatua moja ya vitendo kuelekea kusudi lako.

Maombi

Kwa mwongozo, ujasiri na maono.

Kikao cha 6 — Wanawake Wanaobadilisha Vizazi

"Mwanamke anayebadilisha vizazi"

Lengo

Kuthibitisha athari ya milele ya mwanamke katika familia, kanisa na taifa.

Usomaji

Sura 16–18.

Mazungumzo

- Ni wanawake gani wamebadilisha maisha yako?
- Ni maamuzi gani yako yataathiri watoto wako au jamii?
- Ni sehemu gani ya historia yako inaweza kubariki wengine?

Shughuli

Ombea mtu aliye mdogo kuliko wewe.

Maombi

Kwa vizazi vijavyo, watoto, wajukuu na vijana wa jamii.

Maneno ya Mwisho kwa Entre Amigas

Entre Amigas si programu tu. Ni **harakati ya upendo, imani na udugu**. Ni nafasi ambapo wanawake **wanainuka pamoja**. Ambapo uponyaji unatiririka. Ambapo imani inakua. Ambapo kusudi linaamka. Ambapo vizazi vinabadilishwa.

KUHUSU MWANDISHI

Edna L. Isaac ni mwandishi, mhariri, mshauri na kiongozi wa kiroho mwenye zaidi ya miaka thelathini ya huduma katika jamii za imani na elimu. Alizaliwa Puerto Rico na sasa anaishi Massachusetts. Yeye ni mwanzilishi na rais wa **JDN Publications / EDUCATE Publishing**, ambako anawawezesha waandishi wapya na kuunda rasilimali za ukuaji wa kihisia na kiroho. Ameandika zaidi ya vitabu kumi na tisa vinavyoangazia utambulisho, uponyaji wa ndani, ustahimilivu na malezi ya Kikristo. Kama mchungaji na mhubiri wa kimataifa, ametumika katika mataifa mbalimbali, ikiwemo Kenya, ambako kazi yake ya kibinadamu na kichungaji imegusa wanawake, familia na jamii nzima. Dhamira yake ni kuandamana na wengine katika safari za mabadiliko, urejesho na kugundua kusudi la Mungu maishani mwao.